மனித உடல் — எலும்பு

வி.எஸ்.ரோமா

பொருளடக்கம்

1

இ

1.இதயத்தின் சராசரி எடை 300 கிராம்கள

2. ஒரு நாள் இதயத் துடிப்பின் சராசரி அளவு 1,03,680 முறை.

3. நாம் ஒரு நாளைக்கு 25,900 முறைகள் சுவாசிக்கிறோம். சுவாசிக்கும் அளவு 400 கன அடிகாற்று.

4. மூளைக்குத் தேவையானபிராணவாயு — உள்ளிழுக்கும் பிராணவாயுவில் 20 சதவிகித அளவு.

5. உடலின் வலது பக்க இயக்கங்களை இடப்பக்க மூளையும் இடதுபக்க இயக்கங்களை வலப்பக்க மூளையும் கட்டுப்படுத்துகிறது.

6. உடலின் மொத்த எடையில் இரத்தம் எட்டு சதம் உள்ளது.

7. ரத்தத்தில் மூன்று வகை உள்ளன. இரத்த சிவப்பணு, வெள்ளை அணு, பிளேட்லெட்கள்.

8. இரத்த சிவப்பணு எரித்ரோசைட் என்றும், வெள்ளை அணு லியூக்கோசைட் என்றும் அழைக்கப்படுகிறது.

9. இரத்தக் குழாய்கள் இதயத்திற்கு இரத்த்தைஒரு நிமிடத்திற்குள் கொண்டு போய்சேர்க்கின்றன.

10. மனித உடலில் ஐந்தரை லிட்டர் இரத்தம்உள்ளது.

11. ரெடினா என்பது விழித்திரை.

12. ஹைப்போஜியுஸியா என்பதுநாக்கில் ஏற்படும் நோய். இதன்அறிகுறி சுவை குறைந்து விடும்.

13. ஓரோபாரின்க்ஸ் என்பது வாயின் பின்பகுதி, தொண்டையில் சேருமிடம்.

14. கருவிலுள்ள குழந்தையின் இதயம் நான்காவது வாரத்திலிருந்து துடிக்கத் துவங்குகிறது.

15. மீடியாஸ்டினம் என்பது இரண்டு நுரையீரல்களுக்கு இடைப்பட்ட பகுதி.

16. ப்ளூரா என்பது நூரையீரல்உறை.

17. இன்சுலின் — இதன் வேலை ரத்த்த்தில் இருக்கும் சர்க்கரை அளவை

சரியாக வைப்பது..

18. சிறுநீரகங்கள் கீழ்முதுகில், முதுகுத் தண்டிற்கு இருபக்கமும் உள்ளன.

19. அல்வியோலஸ் என்பது மெல்லிய சுவருடைய காற்று செல்.
மனித நுரையீரல்களில் 750,000,000 அல்வியோலஸ் செல்கள் உள்ளன.

20. ஒரு குழந்தை 330 எலும்புகளுடன் பிறக்கிறது.

21. உடலில் 206 எலும்புகள் உள்ளன.

22. பியுல்லா என்பது முழங்காலையும் குதிகாலையும் இணைக்கும்- எலும்பு.

23. மனித உடலில் உள்ள நீளமான எலும்பு தொடை எலும்பு.

24. மனித உடலில் உள்ள சிறிய எலும்பு காது எலும்பு.

25. மனித உடலில் உள்ள முதுகெலும்புகள்33.

26. முகத்தில் உள்ள எலும்புகள் 14.

27. கைகளில் உள்ள எலும்புகள்27.

28. மனித உடலில் எளிதில் உடையும் பகுதி கழுத்துப் பட்டை எலும்பு.

29. மூளையில் பெரிய பகுதி பெரு மூளை — செரிப்ரம் என்று அழைக்கப்படுகிறது. இது பேச்சு, பார்வை, கேட்டல்,நுகரல், சிந்தனை, ஞாபகம்,செயல், உணர்வு, இயக்கம் போன்றவற்றை கட்டுப்படுத்துகிறத.

30. சிறு மூளை உடல் சமன்பாடு, அசைவுகளை இணைத்தல் பணியை செய்கிறது.

31. உணவுப் பாதையின் நீளம் — வாய் முதல் மலவாய் வரை 15 அடிகள்.

32. நகமாக வளரும் புரதப் பொருள் கெரட்டின்.

33. எலும்பு மஜ்ஜை ஒரு நாளைக்கு 25000 கோடி இரத்த சிவப்பணுக்களை உருவாக்குகிறது.

34. மூக்கில் 60 மில்லியன் உணர்வு செல்கள் உள்ளன.

35. மனித உடலிலுள்ள எலும்புகள் ஒன்பது கிலோ எடை கொண்-டதாக இருக்கும்.

36. பெருவிரலுக்கும் மூளைக்கும் தொடர்பு அதிகமாக உள்ளது.

37. நம் தலையில் சுமார் 1,50,000 முடிகள் உள்ளன.

38. 30 வயதிற்கு மேல் புதிய தலை முடி உருவாகுவதில்லை.

39. குருதி உறைதலுக்கு காரணமான நொதி திராம்பின்.

40. ஒரு மனிதன் உடலில் ஒரு நாளைக்கு ஒன்று முதல் ஒன்றரை லிட்டர் சிறுநீர் உற்பத்தியாகிறது.

41. சிறுநீர்ப்பை 600 மிலி சிறுநீரை கொள்ளும் திறனைக் கொண்-டுள்ளது.

42. இருமும் போது ஏற்படும் ஒலியின் வேகம் மணிக்கு 245 மைல்-கள்.

43. இருதயப் பணியின் ஒரு சுழற்சி முடிய 0.8 வினாடி நேரமாகி-றது.

44. உடலில் வளராத, மாறாதபகுதி கண்ணிலுள்ள பாப்பா.

45. ஒரு நாளில் இரத்தம் நமது உடலில் 1680 மைல் தூரம் அளவு ஓடும்.

46. குடலில் மொத்த நீளம் 9 மீட்டர்.

47. உடலில் வேர்க்காத பகுதி உதடுகள்.

48. உடலில் குளிர்ச்சியான இடம் மூக்கின் நுனி.

49. மூளையின் எடை சராசரி ஒன்றரை கிலோ.

50. உடலின் சீரான வெப்பநிலை 98.4 டிகிரி பாரன்ஹீட்.

51. ஒரு நாளில் 1200 முதல் 1500 மிலி வரை உமிழ் நீர் சுரப்பா-கிறது.

52. வெஸ்டிபுலே ▬ எனப்படுவதுபற்கள், கன்னத்திற்கு இடைப்பட்-டபகுதி.

53. சைனஸ் என்பது முக எலும்புகளிலுள்ள காற்றறைகள். சுவாசிக்கும்காற்றை நுரையீரலுக்கு தகுந்தவாறு சீர்படுத்துவது இதன் பணியாகும். குரல் தெளிவாக இருக்க, முக எலும்புகள் கனம் குறைய இது உதவுகிறது.

54. இரத்தக் கசிவு 1 முதல் 3 நிமிடங்கள் இருக்கும்.

55. இரத்தம் உறைவதற்கானநேரம் 4 முதல் 8 நிமிடங்கள்.

56. உடலின் தோல் மூன்று அடுக்கால் ஆனது. தோலின் மேலடுக்கு எபிடெர்மிஸ், இதில் இரத்த ஓட்டம் இல்லை. தோலின் இரண்டாவதுஅடுக்கு டெர்மிஸ் பகுதி என்றும், அடிப்புற அடுக்கு அடித்தோல் என்றும் அழைக்கப்படுகிறது.

57. மார்பை பாதுகாக்கும் எலும்பின்பெயர் ரிப்ஸ்.

58. நமது உடலில் மிகவும் கெட்டியான தோல் பாதத்தில் உள்ளது.

59. கழுத்து வலி மருத்துவத் துறையில் செர்விகல் ஸ்பான்டிலிடிஸ் என்று அழைக்கப்படுகிறது.

60. ஹைப்பர் தெரிமியா என்பதுஉடல் வெப்பநிலை அதிகமாகுதல்.

61. ரேணுலா என்பது நாக்குக்கு அடியில் தோன்றும்நீர்க்கட்டி.

62. எலும்பு, பற்களில் உள்ள புரதம் ஆஸ்சின்.

63. மனித உடலில் வியர்வை சுரப்பிகள் சுமார் 3 மில்லியன்களுக்கு மேல் உள்ளன.

64. செரடோனின் — வேதிப்பொருள் குறையும் போது தலைவலி ஏற்படும்.

65. வேகஸ் நரம்பிற்கு இதயத் துடிப்பை குறைக்கும் தன்மை உள்ளது.

66. இரத்தத்திற்கு நிறம் கொடுப்பது ஹீமோகுளோபின்.

67. பெருங்குடலின் நீளம் 100முதல் 150 செ.மீ ஆகும். சிறுகுடலின் நீளம் 5 மீட்டர்.

68. பெருங்குடலின் பணி தண்ணீர் மற்றும் தாது உப்புக்களை உறிஞ்சுதல்.

69. உடலின் மிகப் பெரிய சுரப்பி கல்லீரல்.

70. பித்தப்பை கல்லீரலின் கீழ்ப் பாகத்தில் அமைந்துள்ளது.

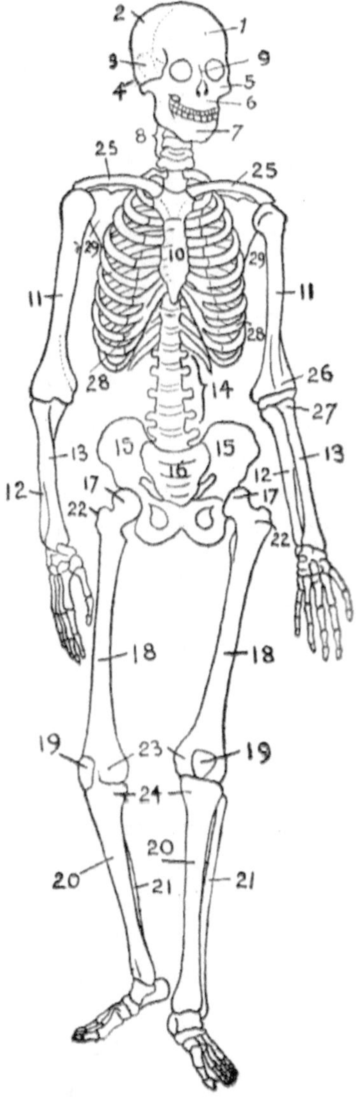

1
2
3
9
4
5
6
7
8
25
25
29
10
29
11
11
28
28
26
14
27
13
15
15
13
16
12
17
12
17
22
22
18
18
19
23
19
24
20
20
21
21

எலும்புகளை உறுதியாக்க 18

எலும்புகள்தான் ஆரோக்கியமான உடலின் அஸ்திவாரம். நாம் நிற்க, அமர, நடக்க, ஓட என துடிப்பான எந்தச் செயலைச் செய்யவும் எலும்புகள் உறுதியாக இருப்பது அவசியம். எலும்பு ஆரோக்கியமாக, வலிமையாக இருக்கவும், முறிந்த எலும்பு விரைவில் ஒன்றுசோர உதவும் உணவுகள் என்னென்ன என்று சீஃப் டயட் கவுன்சலர் கிருஷ்ணமூர்த்தி கூறுகிறார்.

எலும்பு உறுதியாக இருக்க, எலும்புமுறிவு ஏற்பட்டால், விரைவில் இணையவும் கால்சியம் அவசியம். கால்சியம் சத்தை கிரகிக்க வைட்ட-மின் டி தேவை. இந்த இரண்டும் போதுமான அளவில் கிடைத்துவிட்-டால் பிரச்னை இல்லை.

கால்சியம் நிறைந்த உணவுகளில் முக்கியப்பங்கு வகிப்பவை பால் மற்றும் பால் பொருட்கள். தினசரி, நம் உடலுக்கு 1-1.3 கிராம் (1000-1300 மில்லி கிராம்) கால்சியம்தேவை. கால் எலும்பு முறிவு ஏற்பட்-டவர்கள், மூன்று முதல் நான்கு மாதங்கள் வரை வீட்டில் ஓய்வெ-டுக்க வேண்டியிருக்கும். இந்தக் காலத்தில், உடல் உழைப்பு இல்லாத காரணத்தால் அதீத உடல்பருமனுக்கு ஆளாக நேரிடலாம். இவர்கள், கொழுப்பு நீக்கப்பட்ட ஸ்கிம்டு மில்க், டோன்டு மில்க் சாப்பிடலாம்.

லாக்டோஸ் இண்டாலரன்ஸ் எனும் பால் ஒவ்வாமை உடையவர்கள், தினசரி சோயா, கீரை, பீன்ஸ், பழச்சாறு சாப்பிட்டாலே ஒரு கிராம் (1000 மி.கி) கால்சியம் கிடைத்துவிடும்.

ஆஸ்டியோபொரோசிஸ்என்னும் எலும்பு அடர்த்திக் குறைதல் பிரச்னை உடைய பெண்களுக்கு, மெனோபாஸ் நேரத்தில் எலும்பு முறிவு ஏற்பட்டால், மருத்துவரின், ஆலோசனைப்படி பால் எடுத்துக்கொள்வது நல்லது.

100 மி.கி சோயா பீன்ஸில் 25 மி.கி கால்சியம் உள்ளது. எலும்பு முறிவு ஏற்பட்டவர்கள், தினமும் காலையில் சோயாப்பால் அருந்துவது நல்லது. இதில், கொழுப்பு மிகமிகக் குறைவு என்பதால் உடல் பருமனா-னவர்களும் சாப்பிடலாம்.

100 மி.கி மீனில், 15 மி.கி கால்சியம் உள்ளது. ஒமேகா 3 கொழுப்பு அமிலங்கள் கொண்ட நெத்திலி, வஞ்சிரம், கட்லா உள்ளிட்ட மீன்க-ளைச் சாப்பிடுவதன் மூலமாக எலும்பு அடர்த்தி அதிகரிக்கிறது.

ஆட்டுக்கால் சூப் குடிக்கலாம். ஆட்டுக்கால் எலும்பு மஜ்ஜையில் கால்சியம் பாஸ்பரஸ், மக்னீசியம், இரும்புச்சத்து உள்ளிட்ட தாதுஉப்புக்கள் நிறைந்துள்ளன. இதனைச் சாப்பிடுவதால் எலும்பு விரைவில் கூடும்.

100 மி.கி நண்டில் 16 மி.கி கால்சியம் உள்ளது. எலும்புமுறிவு ஏற்பட்டவர்கள், மூன்று நாளுக்கு ஒரு முறை நண்டு சூப் குடிக்கலாம். அதிக உஷ்ணம் உள்ளதால் இதனை வெயில் காலங்களில் தவிர்ப்பது நல்லது.

கொள்ளில், சோயாவுக்கு இணையாக கால்சியம் நிறைந்தது. எலும்பு உறுதிக்குக் கொள்ளு மிகவும் அவசியம். 70 வயதுக்கு மேற்பட்டவர்கள், சைவம் சாப்பிடுபவர்கள் கொள்ளு ரசம் வைத்துக் குடித்துவந்தால் எலும்பு வலுவாகும்.

புரோகோலி, முட்டைக்கோஸ், காலிஃபிளவர், பீட்ரூட் போன்ற காய்கறிகளைத் தினசரி சேர்த்துக்கொள்வதன் மூலம் எலும்புகள் வலுப்பெறும். வைட்டமின் சி நிறைந்த பழங்களைச் சாப்பிடலாம்.

ஆரஞ்சு, கொய்யா, ஸ்ட்ராபெர்ரி, வாழைப்பழம், ஆப்பிள் போன்றவை எலும்புகளைப் பாதுகாப்பாகவைத்திருக்கும்.

அத்திப்பழத்தில் கால்சியம் நிறைந்துள்ளது. 100 மி.கி அத்திப் பழத்தில் 26 மி.கி கால்சியம் உள்ளது. இதுதவிர கேரட், வெண்டைக்காய், வெங்காயம், சர்க்கரைவள்ளிக் கிழங்கு ஆகியவற்றை அன்றாட உணவில் சேர்த்துக்கொள்ள வேண்டும்.

கீரைகளில் வெந்தயக் கீரை, வெங்காயத்தாள், முருங்கை, கொத்தமல்லி, முள்ளங்கிக்கீரை, பாலக்கீரை ஆகியவற்றில் கால்சியம் உள்ளது. கவனிக்க... கீரைகளை அசைவத்தோடு சேர்த்துச் சாப்பிடக் கூடாது. இரவில் சாப்பிடக் கூடாது. இதனால், செரிமானம் தாமதப்படும். காலை, மதிய உணவில் கீரை சாப்பிடலாம்.

100 மி.கி கேழ்வரகில் 35 மி.கி கால்சியம் உள்ளது. அவ்வப்போது ராகி கஞ்சி, எண்ணெய் அதிகம் சேர்க்கப்படாத ராகிதோசை சாப்பிடலாம்.

முந்திரியில் 37 மி.கி., பாதாமில் 26 மி.கி., பிஸ்தாவில் 10 மி.கி கால்சியம் உள்ளது. மேலும், உடலுக்குத் தேவையான மக்னீசியம், மாங்கனீஸ், பாஸ்பரஸ் போன்ற தாதுஉப்புகள் உள்ளன. இவற்றை உணவில் சேர்த்துக்கொள்வதன் மூலம் உடைந்த எலும்பு விரைவில் குணமாகும்;

எலும்பு நோய்கள் தடுக்கப்படும். உடல் பருமனானவர்கள் இவற்றை அளவாகச் சாப்பிடுவது நல்லது.

100 மி.கி பேரீச்சம் பழத்தில் 39 மி.கி கால்சியம் உள்ளது. அதே போல், மாங்கனீஸ், தாமிரம், மங்கனீசியம் உள்ளிட்ட தாதுஉப்புக்கள் உள்ளன. இது எலும்புகளை ஆரோக்கியமாக வைத்திருக்கிறது.

100 மிகி கறுப்பு உளுந்தில் 13 மி.கி கால்சியம் நிறைந்துள்ளது. கறுப்பு உளுந்து சுண்டல் சாப்பிடுவது நல்லது. இதுதவிர, முளைகட்டிய பயறு, கொண்டைக்கடலை ஆகியவற்றைச் சுண்டல்செய்து சாப்பிடலாம்.

எலும்புகளின் வளர்ச்சிக்கு வைட்டமின் டி அவசியம். வைட்டமின் டி சத்து நிறைந்த ஆரஞ்சு, சோயா, பருப்பு வகைகளைச் சாப்பிடலாம்.

சூரிய ஒளியில் வைட்டமின் டி அதிகமாக உள்ளது. எலும்பு முறிவு ஏற்பட்டவர்கள் தினமும் காலை 7:00 - 8:00 மணி வெயிலில் நிற்-கலாம். இதனால், வைட்டமின் டி உற்பத்தியாகி எலும்புகளின் உறுதி அதிகரிக்கும்.

மனித எலும்புகளின் பட்டியல்

ஒரு சாதாரண வளர்ந்த மனிதனுடைய எலும்புக்கூடு பின்வரும் 206 (மார்பெலும்பு மூன்று பகுதிகளாகக் கருதப்பட்டால் 208) எண்ணிக்-கையான எலும்புகளைக் கொண்டிருக்கும். இந்த எண்ணிக்கை உடற்-கூட்டியல் வேறுபாடுகளைப் பொறுத்து மாறுபடக்கூடும். எடுத்துக்காட்-டாக, மிகக் குறைந்த எண்ணிக்கையான மனிதர்களில், ஒரு மேலதிக விலா எலும்பு (கழுத்துவில்) அல்லது ஒரு மேலதிகமான கீழ் முதுகெ-லும்பு காணப்படுவதுண்டு; இணைந்த சில எலும்புகளைத் தனி எலும்-பாகக் கருதாவிடின், ஐந்து இணைந்த திருவெலும்பு; மூன்று (3 - 5) குயிலலகு எலும்புகள் சேர்ந்து 26 எண்ணிக்கையிலான முதுகெலும்பு-கள் 33 ஆகக் கருதப்படலாம்.[1]மனித மண்டையோட்டில்22 எலும்பு-கள் (காதுச் சிற்றென்புகளைத் தவிர) உள்ளன; இவை எட்டு மண்டை-யறை (cranium) எலும்புகளாகவும் 14 முக எலும்புகளாகவும் (facial bones) பிரிக்கப்பட்டுள்ளன. (தடித்த எண்கள் அருகிலுள்ள படத்தில் காணும் எண்களைக் குறிக்கின்றன.

உடல் எலும்புகள் தகவல்கள்

நம் உடலில் உள்ள எலும்புகள் உடலைத்தாங்கிப் பாதுகாக்கும் பணி-யைச்செய்கிறது என்று நினைத்துக் கொண்டிருக்கிறோம். ஆனால் நம் உடல் எலும்புகள், உருவ அமைப்பை வரையறுப்பது மட்டுமன்றி மேலும்

பலசெயல்களைச் செய்கிறது.

ரத்த செல்களை உருவாக்குவதோடு, உடல் உள்ளமைப்பை கட்-டுப்படுத்தும் வேலைகளை எலும்புகள் செய்கிறது. மேலும் நம் மூளை, இதயம் மற்றும் நுரையீரல்களுக்கு பாதுகாவலனாக உள்ளது.

மனிதன் குழந்தையாக இருந்து வளரும்போது உடலில் ஏராளமான மாற்றங்கள் ஏற்படுகிறன. உடல் வளர்ச்சி, உடல் இயக்கங்கள் என மனித வாழ்வின் பல்வேறு நிலைகளிலும் உடலில் உள்ள எலும்புகள் முக்கிய பங்கு வகிக்கின்றன.

உடலுக்கு அடிப்படையாக மட்டுமல்லாமல், நம் உடல் வாழ பல முக்கியமான செயல்பாடுகளைச் செய்கிறது உடல் எலும்புகள். சிவப்பு மற்றும் வெள்ளை ரத்த அணுக்கள் எலும்பின் மஜ்ஜையில் உற்பத்தியா-கின்றன. நுரையீரல் மற்றும் உடலின் பல பாகங்களுக்கு ஆக்சிஜனை ஏந்திச்செல்லும் பணியை சிவப்பு ரத்த அணுக்கள் செய்கின்றன. அதே-போல் வெள்ளை அணுக்கள் நோய்களை ஏற்படுத்தும் வைரஸ் மற்றும் பாக்டீரியாக்களுடன் போர் புரிகின்றன. இந்த வேலைகளை ஒரு சமநி-லையில் வைத்திருப்பது என்பது ஒரு சுலபமான காரியம் அல்ல. இதற்-குத்தான் எலும்புக்கூட்டில் பல விதமான எலும்பு கள் உள்ளன.

மனிதன் தன் வாழ்நாளில் ஒரு சில எலும்புகளை இழக்கின்றான். ஒவ்வொரு மனிதனும் பிறக்கும்போது சுமார் 300 எலும்புகளுடன் பிறக்-கின்றான். ஆனால் இறக்கும்போது இருப்பது 206 எலும்புகள் மட்டுமே.

ஒரு குழந்தைக்குத் தேவை வளைந்து கொடுக்கக் கூடிய எலும்-புக்கூடு. குழந்தை கருவில் சுற்றிவரவும், பிரசவத்தின் போது வெளியே வரும் பாதையைக் கடக்கவும் வளைந்து கொடுக்கக்கூடிய எலும்புகள் தேவைப்படுகிறது. இதற்கு குறுத்தெலும்புகள் மிக அவசியம். இந்த குறுத்தெலும்புகள் குழந்தை பிறந்தவுடன் இணைந்து, அந்தக்குழந்தை வளரவளர வலுவான எலும்பாக மாறும்.

இந்த எலும்பு மாற்ற நிகழ்வை 'ஆஸ்சிபிகேசன்' (Ossification) என்பர். இது குழந்தை உருவான 13-வது வாரத்திலிருந்து தொடங்கி 20-வது வாரம் வரை நீடிக்கும். அதேநேரத்தில் வாழ்நாள் முழுவதும் எலும்பு மீளுருவாக்கம் நடைபெறும்.

மனித உடலுக்குள் எலும்புகளின் சுயசிகிச்சை முறை நடைபெறுகி-றது. அதாவது, நம் எலும்புகள் உடலுக்குத் தேவையான கால்சியத்தை சேமித்து, பின்னர் வழங்கும் தன்மை பெற்றவை. இதனால் வளையும்

தன்மையை மனித உடல் பெறுகிறது. மேலும், சுமார் 10 வருட காலத்-தில் எலும்பு செல்கள் மீளுருவாக்கம் அடைகின்றன. முன்னர் கூறிய-படி ஒவ்வொரு தசாப்த காலத்திலும் நமக்கு ஒரு புது உடல் கிடைக்-கிறது என்று சொல்லலாம். ஆனால் நம் பற்கள் மட்டும் மீளுருவாக்கம் அடையாதவை. பல் மருத்துவர் கூறுவதுபோல் தினசரி இரு முறை பல் தேய்த்து அவற்றை பாதுகாப்பது மிக அவசியம்.

நம் மணிக்கட்டு வரை ஒவ்வொரு கையிலும் 27 எலும்புகளும், அதேபோல் நம் பாத மணிக்கட்டு வரை ஒவ்வொரு காலிலும் 26 எலும்புகளும் உள்ளன. அதாவது, நமது இரு கை கால்களில் மட்டும் 50 சதவீத எலும்புகள் உள்ளன.

அடுத்து, நமது காது கேட்கும் திறனுக்கு மூல காரணமாக இருப்பதும் எலும்புகள் தான். காதிலுள்ள 'ஸ்டேப்ஸ்' (Stapes) என்னும் எலும்பு-தான் உடலிலேயே மிகச்சிறிய எலும்பு ஆகும். இது, 2.5 மில்லி மீட்டர் அகலம் உள்ளது. அளவில் சிறியதாக இருந்தாலும், 'கடுகு சிறுத்தாலும் காரம் குறையாது' என்பதுபோல் காதில் ஒலி அதிர்வலைகளை ஏற்று, காது கேட்க வைப்பது இந்த எலும்புதான். இதனால் தான் அனைத்து ஒலிகளையும் நம்மால் கேட்க முடிகிறது.

சில நேரங்களில் நமது முழங்கை எதன் மீதாவது இடித்துவிட்டால் மின்சார 'ஷாக்' அடித்தது போல வலியுடன் கூடிய அதிர்ச்சி ஏற்படும். இதற்கு காரணம் முழங்கையில் உள்ள எலும்பில் இணைந்துள்ள 'உல்-னார்' என்ற நரம்பில் (Ulnar Nerve) அடிபடுவது தான். நமது முழங்-கையில் உள்ள நீண்ட எலும்பின் பெயர் ஹூமரஸ் (Humerus). இந்த எலும்பின் கீழ் இந்த நரம்பு அமைந்துள்ளது. இந்த நரம்புதான் உடலி-லேயே பாதுகாக்கப்படாத நரம்பு ஆகும்.

மனித உடலில் நாக்கின் கீழ் ஒரு எலும்பு உள்ளது. இதை 'வி' (V) எலும்பு என்பார்கள். மனித உடலில் உள்ள எலும்புகளில் இது ஒன்று-தான் வேறு எலும்புடன் சேராமல் தனியாக அமைந்துள்ளது.

நாம் பார்க்கும் எலும்புக்கூடெல்லாம் பயமுறுத்துவது போல இருந்-தாலும் மேற்கூறிய பல தீவிரமான வேலைகளைச் செய்ய எலும்புகள் உதவுகின்றன. உடலில் ஏற்படும் பதற்றத்தை தணிக்கவும் எலும்புகள் உதவுகின்றன.

மனித உடல் — எலும்பு

உடலில் உள்ள திசுக்களுக்கு கால்சியம் தந்து காப்பாற்றுகிறது.

உங்கள் பங்கிற்கு எலும்பின் வளர்ச்சிக்கு உதவலாம். அதற்கு கால்-சியம் சத்து நிறைந்த உணவுகளை சாப்பிடுங்கள், அன்றாடம் உடற்ப-யிற்சி செய்யுங்கள். உடலில் உள்ள எலும்புகளில் அடிபடாமல் பாது-காத்துக்கொள்ளுங்கள்.

நான்

வாசகர்ளால் நான்
வாசகர்களுக்காக நான்

முற்போக்கு எழுத்தாளர் வி.எஸ்.ரோமா – கோயம்புத்தூர்
+91 82480 94200
20 புத்தகங்கள் எழுதியுள்ளேன்
விருதுகள் பல பெற்றுள்ளேன்.
கதை , கவிதை, கட்டுரை, நாவல் பொன்மொழி, நாடகம்
எழுதுவேன்.

என்
எழுத்து
என் மூச்சுள்ள வரை
என் வாசிப்பே
என் சுவாசிப்பு
என்றும்

எழுதிக் கொண்டிருக்க வே
என் ஆசை

நான் திருமணமே செய்து கொள்ளாத பெண்மணி என்பதில்
எனக்கு மகிழ்வே.

என் எழுத்துக்கு முழு ஒத்துழைப்பு கொடுப்பவர்கள் என்
பெற்றோர்களே.

தந்தை
கா சுப்ரமணியன் _ தாசில்தார் – ஓய்வு

தாய்.
சு. கிருஷ்ணவேணி

என் பெற்றோர்களே
என்
எழுத்துக்கும்
எனக்கும் முழு ஒத்துழைப்பு தருகின்றவர்கள் என்பதில்
எனக்கு மகிழ்ச்சியே.

நான் ரோமா ரேடியோ
என்ற பெயரில் எஃப் எம் ஆரம்பித்துள்ளேன்.

என்
எழுத்து
என் ரோமா வானொலி மூலம்
எங்கும் ஒலிக்க
எட்டு திக்கும் ஒலிக்க
என் ஆவல்.

பெண்களை
பெரிதாக நினைத்துப்

பெரும் மகிழ்ச்சியடைந்து
பெருமைப் படுத்த வேண்டும்.

முற்போக்கு எழுத்தாளர்
வி.எஸ். ரோமா
Roma Radio
கோயம்புத்தூர்
+91 82480 94200